My travel journal.

Location: _____

Date: _____

Day: _____

Things to see and do:

_____

_____

_____

_____

_____

_____

_____

_____

_____

_____

_____

_____

Location: _____

Date: _____

Day: _____

Things to see and do:

_____

_____

_____

_____

_____

_____

_____

_____

_____

_____

_____

_____

_____

Location: _____

Date: _____

Day:_____

Things to see and do:

_____

_____

_____

_____

_____

_____

_____

_____

_____

_____

_____

_____

_____

Location: _____

Date: _____

Day: _____

Things to see and do:

_____

_____

_____

_____

_____

_____

_____

_____

_____

_____

_____

_____

Location: _____

Date: _____

Day: _____

Things to see and do:

_____

_____

_____

_____

_____

_____

_____

_____

_____

_____

_____

_____

_____

_____

Location: _____

Date: _____

Day: _____

Things to see and do:

_____

_____

_____

_____

_____

_____

_____

_____

_____

_____

_____

_____

_____

_____

Location: _____

Date: _____

Day:_____

Things to see and do:

_____

_____

_____

_____

_____

_____

_____

_____

_____

_____

_____

_____

_____

Location: _____

Date: _____

Day: _____

Things to see and do:

_____

_____

_____

_____

_____

_____

_____

_____

_____

_____

_____

_____

Location: _____

Date: _____

Day:_____

Things to see and do:

_____

_____

_____

_____

_____

_____

_____

_____

_____

_____

_____

_____

_____

Location: _____

Date: _____

Day: _____

Things to see and do:

_____

_____

_____

_____

_____

_____

_____

_____

_____

_____

_____

_____

_____

Location: _____

Date: _____

Day: _____

Things to see and do:

_____

_____

_____

_____

_____

_____

_____

_____

_____

_____

_____

_____

_____

Location: _____

Date: _____

Day:_____

Things to see and do:

_____

_____

_____

_____

_____

_____

_____

_____

_____

_____

_____

_____

_____

Location: _____

Date: _____

Day: _____

Things to see and do:

_____

_____

_____

_____

_____

_____

_____

_____

_____

_____

_____

_____

_____

Location: _____

Date: _____

Day:_____

Things to see and do:

_____

_____

_____

_____

_____

_____

_____

_____

_____

_____

_____

_____

_____

Location: _____

Date: _____

Day: _____

Things to see and do:

_____

_____

_____

_____

_____

_____

_____

_____

_____

_____

_____

_____

_____

Location: _____

Date: _____

Day: _____

Things to see and do:

_____

_____

_____

_____

_____

_____

_____

_____

_____

_____

_____

_____

_____

_____

Location: _____

Date: _____

Day: _____

Things to see and do:

_____

_____

_____

_____

_____

_____

_____

_____

_____

_____

_____

_____

_____

_____

Location: _____

Date: _____

Day: _____

Things to see and do:

_____

_____

_____

_____

_____

_____

_____

_____

_____

_____

_____

_____

_____

_____

Location: _____

Date: _____

Day: _____

Things to see and do:

_____

_____

_____

_____

_____

_____

_____

_____

_____

_____

_____

_____

_____

Location: _____

Date: _____

Day: _____

Things to see and do:

_____

_____

_____

_____

_____

_____

_____

_____

_____

_____

_____

_____

_____

_____

Location: _____

Date: _____

Day: _____

Things to see and do:

_____

_____

_____

_____

_____

_____

_____

_____

_____

_____

_____

_____

Location: _____

Date: _____

Day: _____

Things to see and do:

_____

_____

_____

_____

_____

_____

_____

_____

_____

_____

_____

_____

_____

_____

_____

_____

_____

Location: _____

Date: _____

Day: _____

Things to see and do:

_____

_____

_____

_____

_____

_____

_____

_____

_____

_____

_____

_____

Location: _____

Date: _____

Day: _____

Things to see and do:

_____

_____

_____

_____

_____

_____

_____

_____

_____

_____

_____

_____

_____

Location: _____

Date: _____

Day:_____

Things to see and do:

_____

_____

_____

_____

_____

_____

_____

_____

_____

_____

_____

_____

_____

Location: _____

Date: _____

Day: _____

Things to see and do:

_____

_____

_____

_____

_____

_____

_____

_____

_____

_____

_____

_____

_____

Location: _____

Date: _____

Day: _____

Things to see and do:

_____

_____

_____

_____

_____

_____

_____

_____

_____

_____

_____

_____

_____

_____

Location: _____

Date: _____

Day: _____

Things to see and do:

_____

_____

_____

_____

_____

_____

_____

_____

_____

_____

_____

_____

_____

_____

Location: _____

Date: _____

Day: _____

Things to see and do:

_____

_____

_____

_____

_____

_____

_____

_____

_____

_____

_____

_____

_____

_____

Location: _____

Date: _____

Day: _____

Things to see and do:

_____

_____

_____

_____

_____

_____

_____

_____

_____

_____

_____

_____

_____

Location: _____

Date: _____

Day:_____

Things to see and do:

_____

_____

_____

_____

_____

_____

_____

_____

_____

_____

_____

_____

_____

Location: _____

Date: _____

Day:_____

Things to see and do:

_____

_____

_____

_____

_____

_____

_____

_____

_____

_____

_____

_____

_____

_____

Location: _____

Date: _____

Day: _____

Things to see and do:

_____

_____

_____

_____

_____

_____

_____

_____

_____

_____

_____

_____

_____

Location: _____

Date: _____

Day:_____

Things to see and do:

_____

_____

_____

_____

_____

_____

_____

_____

_____

_____

_____

_____

_____

_____

Location: _____

Date: _____

Day:_____

Things to see and do:

_____
_____
_____
_____
_____
_____
_____
_____
_____
_____
_____
_____
_____

Location: _____

Date: _____

Day: _____

Things to see and do:

_____

_____

_____

_____

_____

_____

_____

_____

_____

_____

_____

_____

_____

Location: _____

Date: _____

Day:_____

Things to see and do:

_____

_____

_____

_____

_____

_____

_____

_____

_____

_____

_____

_____

_____

Location: _____

Date: _____

Day:_____

Things to see and do:

_____

_____

_____

_____

_____

_____

_____

_____

_____

_____

_____

_____

_____

Location: _____

Date: _____

Day: _____

Things to see and do:

_____

_____

_____

_____

_____

_____

_____

_____

_____

_____

_____

_____

_____

_____

Location: _____

Date: _____

Day: _____

Things to see and do:

_____

_____

_____

_____

_____

_____

_____

_____

_____

_____

_____

_____

_____

_____

Location: _____

Date: _____

Day: _____

Things to see and do:

_____
_____
_____
_____
_____
_____
_____
_____
_____
_____
_____
_____
_____

Location: _____

Date: _____

Day: _____

Things to see and do:

_____

_____

_____

_____

_____

_____

_____

_____

_____

_____

_____

_____

_____

_____

Location: _____

Date: _____

Day: _____

Things to see and do:

_____

_____

_____

_____

_____

_____

_____

_____

_____

_____

_____

_____

_____

Location: _____

Date: _____

Day:_____

Things to see and do:

_____

_____

_____

_____

_____

_____

_____

_____

_____

_____

_____

_____

_____

_____

_____

_____

Location: _____

Date: _____

Day: _____

Things to see and do:

_____

_____

_____

_____

_____

_____

_____

_____

_____

_____

_____

_____

_____

Location: _____

Date: _____

Day: _____

Things to see and do:

_____

_____

_____

_____

_____

_____

_____

_____

_____

_____

_____

_____

Location: _____

Date: _____

Day:_____

Things to see and do:

_____

_____

_____

_____

_____

_____

_____

_____

_____

_____

_____

_____

_____

Location: _____

Date: _____

Day: _____

Things to see and do:

_____

_____

_____

_____

_____

_____

_____

_____

_____

_____

_____

_____

_____

_____

Location: _____

Date: _____

Day: _____

Things to see and do:

_____

_____

_____

_____

_____

_____

_____

_____

_____

_____

_____

_____

_____

_____

Location: _____

Date: _____

Day: _____

Things to see and do:

_____

_____

_____

_____

_____

_____

_____

_____

_____

_____

_____

_____

_____

Location: _____

Date: _____

Day: _____

Things to see and do:

_____

_____

_____

_____

_____

_____

_____

_____

_____

_____

_____

_____

_____

Location: _____

Date: _____

Day: _____

Things to see and do:

_____
_____
_____
_____
_____
_____
_____
_____
_____
_____
_____
_____
_____
_____

Location: _____

Date: _____

Day:_____

Things to see and do:

_____

_____

_____

_____

_____

_____

_____

_____

_____

_____

_____

_____

_____

_____

Location: _____

Date: _____

Day: _____

Things to see and do:

_____

_____

_____

_____

_____

_____

_____

_____

_____

_____

_____

_____

_____

Location: _____

Date: _____

Day: _____

Things to see and do:

_____

_____

_____

_____

_____

_____

_____

_____

_____

_____

_____

_____

_____

Location: _____

Date: _____

Day: _____

Things to see and do:

_____

_____

_____

_____

_____

_____

_____

_____

_____

_____

_____

_____

_____

Location: _____

Date: _____

Day:_____

Things to see and do:

_____

_____

_____

_____

_____

_____

_____

_____

_____

_____

_____

_____

Location: _____

Date: _____

Day: _____

Things to see and do:

_____

_____

_____

_____

_____

_____

_____

_____

_____

_____

_____

_____

_____

_____

Location: _____

Date: _____

Day: _____

Things to see and do:

_____

_____

_____

_____

_____

_____

_____

_____

_____

_____

_____

_____

_____

Location: _____

Date: _____

Day: _____

Things to see and do:

_____

_____

_____

_____

_____

_____

_____

_____

_____

_____

_____

_____

_____

_____

Location: _____

Date: _____

Day: _____

Things to see and do:

_____

_____

_____

_____

_____

_____

_____

_____

_____

_____

_____

_____

_____

Location: _____

Date: _____

Day: _____

Things to see and do:

_____

_____

_____

_____

_____

_____

_____

_____

_____

_____

_____

_____

_____

Location: _____

Date: _____

Day: _____

Things to see and do:

_____

_____

_____

_____

_____

_____

_____

_____

_____

_____

_____

_____

Location: _____

Date: _____

Day: _____

Things to see and do:

_____

_____

_____

_____

_____

_____

_____

_____

_____

_____

_____

_____

_____

Location: _____

Date: _____

Day: _____

Things to see and do:

_____

_____

_____

_____

_____

_____

_____

_____

_____

_____

_____

_____

_____

Location: _____

Date: _____

Day: _____

Things to see and do:

_____

_____

_____

_____

_____

_____

_____

_____

_____

_____

_____

_____

_____

_____

Location: _____

Date: _____

Day: _____

Things to see and do:

_____

_____

_____

_____

_____

_____

_____

_____

_____

_____

_____

_____

_____

Location: _____

Date: _____

Day: _____

Things to see and do:

_____

_____

_____

_____

_____

_____

_____

_____

_____

_____

_____

_____

_____

_____

Location: _____

Date: _____

Day: _____

Things to see and do:

_____

_____

_____

_____

_____

_____

_____

_____

_____

_____

_____

_____

_____

Location: _____

Date: _____

Day: _____

Things to see and do:

_____

_____

_____

_____

_____

_____

_____

_____

_____

_____

_____

_____

Location: _____

Date: _____

Day: _____

Things to see and do:

_____

_____

_____

_____

_____

_____

_____

_____

_____

_____

_____

_____

_____

Location: _____

Date: _____

Day:_____

Things to see and do:

_____

_____

_____

_____

_____

_____

_____

_____

_____

_____

_____

_____

_____

Location: _____

Date: _____

Day: _____

Things to see and do:

_____

_____

_____

_____

_____

_____

_____

_____

_____

_____

_____

_____

_____

Location: _____

Date: _____

Day: _____

Things to see and do:

_____
_____
_____
_____
_____
_____
_____
_____
_____
_____
_____
_____
_____
_____

Location: _____

Date: _____

Day: _____

Things to see and do:

_____

_____

_____

_____

_____

_____

_____

_____

_____

_____

_____

_____

_____

Location: _____

Date: _____

Day: _____

Things to see and do:

_____

_____

_____

_____

_____

_____

_____

_____

_____

_____

_____

_____

_____

Location: _____

Date: _____

Day: _____

Things to see and do:

_____

_____

_____

_____

_____

_____

_____

_____

_____

_____

_____

_____

_____

Location: _____

Date: _____

Day:_____

Things to see and do:

_____

_____

_____

_____

_____

_____

_____

_____

_____

_____

_____

_____

_____

Location: _____

Date: _____

Day: _____

Things to see and do:

_____

_____

_____

_____

_____

_____

_____

_____

_____

_____

_____

_____

Location: _____

Date: _____

Day: _____

Things to see and do:

_____

_____

_____

_____

_____

_____

_____

_____

_____

_____

_____

_____

_____

_____

Location: _____

Date: _____

Day: _____

Things to see and do:

_____

_____

_____

_____

_____

_____

_____

_____

_____

_____

_____

_____

_____

Location: _____

Date: _____

Day:_____

Things to see and do:

_____

_____

_____

_____

_____

_____

_____

_____

_____

_____

_____

_____

_____

Location: _____

Date: _____

Day: _____

Things to see and do:

_____

_____

_____

_____

_____

_____

_____

_____

_____

_____

_____

_____

Location: _____

Date: _____

Day: _____

Things to see and do:

_____

_____

_____

_____

_____

_____

_____

_____

_____

_____

_____

_____

_____

_____

Location: _____

Date: _____

Day:_____

Things to see and do:

_____

_____

_____

_____

_____

_____

_____

_____

_____

_____

_____

_____

Location: _____

Date: _____

Day: _____

Things to see and do:

_____

_____

_____

_____

_____

_____

_____

_____

_____

_____

_____

_____

_____

_____

Location: _____

Date: _____

Day: _____

Things to see and do:

_____

_____

_____

_____

_____

_____

_____

_____

_____

_____

_____

_____

_____

Location: _____

Date: _____

Day: _____

Things to see and do:

_____

_____

_____

_____

_____

_____

_____

_____

_____

_____

_____

_____

_____

_____

Location: _____

Date: _____

 Day:_____

Things to see and do:

_____

_____

_____

_____

_____

_____

_____

_____

_____

_____

_____

_____

_____

_____

Location: _____

Date: _____

Day: _____

Things to see and do:

_____

_____

_____

_____

_____

_____

_____

_____

_____

_____

_____

_____

_____

Location: _____

Date: _____

Day: _____

Things to see and do:

_____

_____

_____

_____

_____

_____

_____

_____

_____

_____

_____

_____

Location: _____

Date: _____

Day:_____

Things to see and do:

_____

_____

_____

_____

_____

_____

_____

_____

_____

_____

_____

_____

_____

Location: _____

Date: _____

Day: _____

Things to see and do:

_____

_____

_____

_____

_____

_____

_____

_____

_____

_____

_____

_____

_____

Location: _____

Date: _____

Day: _____

Things to see and do:

_____

_____

_____

_____

_____

_____

_____

_____

_____

_____

_____

_____

_____

_____

Location: _____

Date: _____

Day: _____

Things to see and do:

_____

_____

_____

_____

_____

_____

_____

_____

_____

_____

_____

_____

_____

Location: _____

Date: _____

Day: _____

Things to see and do:

_____

_____

_____

_____

_____

_____

_____

_____

_____

_____

_____

_____

_____

Location: _____

Date: _____

Day:_____

Things to see and do:

_____

_____

_____

_____

_____

_____

_____

_____

_____

_____

_____

_____

_____

_____

Location: _____

Date: _____

Day:_____

Things to see and do:

_____

_____

_____

_____

_____

_____

_____

_____

_____

_____

_____

_____

_____

Location: _____

Date: _____

Day: _____

Things to see and do:

_____

_____

_____

_____

_____

_____

_____

_____

_____

_____

_____

_____

_____

Location: _____

Date: _____

Day: _____

Things to see and do:

_____

_____

_____

_____

_____

_____

_____

_____

_____

_____

_____

_____

_____

_____

Location: _____

Date: _____

Day: _____

Things to see and do:

_____

_____

_____

_____

_____

_____

_____

_____

_____

_____

_____

_____

Location: _____

Date: _____

Day:_____

Things to see and do:

_____

_____

_____

_____

_____

_____

_____

_____

_____

_____

_____

_____

_____

_____

Location: _____

Date: _____

Day: _____

Things to see and do:

_____

_____

_____

_____

_____

_____

_____

_____

_____

_____

_____

_____

_____

_____

Location: _____

Date: _____

Day: _____

Things to see and do:

_____

_____

_____

_____

_____

_____

_____

_____

_____

_____

_____

_____

_____

_____

_____

_____

Location: _____

Date: _____

Day: _____

Things to see and do:

_____

_____

_____

_____

_____

_____

_____

_____

_____

_____

_____

_____

Location: _____

Date: _____

Day: _____

Things to see and do:

_____

_____

_____

_____

_____

_____

_____

_____

_____

_____

_____

_____

Location: _____

Date: _____

Day: _____

Things to see and do:

_____

_____

_____

_____

_____

_____

_____

_____

_____

_____

_____

_____

_____

Location: _____

Date: _____

Day: _____

Things to see and do:

_____

_____

_____

_____

_____

_____

_____

_____

_____

_____

_____

_____

_____

_____

My Notes

Printed in Great Britain
by Amazon

37582960R00066